ഉതവി

ബിന്ദു വേണു

Copyright © Bindhu Venu
All Rights Reserved.

This book has been published with all efforts taken to make the material error-free after the consent of the author. However, the author and the publisher do not assume and hereby disclaim any liability to any party for any loss, damage, or disruption caused by errors or omissions, whether such errors or omissions result from negligence, accident, or any other cause.

While every effort has been made to avoid any mistake or omission, this publication is being sold on the condition and understanding that neither the author nor the publishers or printers would be liable in any manner to any person by reason of any mistake or omission in this publication or for any action taken or omitted to be taken or advice rendered or accepted on the basis of this work. For any defect in printing or binding the publishers will be liable only to replace the defective copy by another copy of this work then available.

അറിവിന്റെ ലോകത്തിലേക്ക് എനിക്ക് ജന്മംതന്ന മൺ
മറഞ്ഞ എന്റെ മാതാപിതാക്കൾക്ക് സമർപ്പണം.

ഉള്ളടക്കം

ഉള്ളടക്കം

ഉള്ളടക്കം

ആമുഖം

അവനിയിലെ ഇന്നിന്റെ ഭീതിയുള്ള നേർക്കാഴ്ചകൾ,

മുറിവേറ്റ മനസ്സിൻ നൊമ്പരങ്ങൾ

പ്രകൃതിയോട് മനുഷ്യർ കാട്ടുന്ന ക്രൂരതകൾകൊണ്ട്

പ്രകൃതിയിലുണ്ടാകുന്ന ദുരന്തങ്ങൾ.

അങ്ങനെ ഓരോരോ തരത്തിലുള്ള കാഴ്ചകൾ

അക്ഷരപുഷ്പങ്ങളായി കോർത്തിണക്കിയ

കവിതകളാണ് ഉതവിയിൽ ഉള്ളത് .

അക്ഷരങ്ങളെ സ്നേഹിക്കുന്ന

എന്റെ പ്രിയപ്പെട്ടവർക്കായി

സ്നേഹത്തോടെ സമർപ്പിക്കുന്നു.

First Published : July 2022

Cover Design : Robin Palluruthy

Editing and Page layout : Vaika

Language : Malayalam

മുഖവുര

ബിന്ദു വേണു ചോറ്റാനിക്കര

എറണാകുളം ജില്ലയിലെ ചോറ്റാനിക്കരയിൽ, അമ്പാടിമലയിൽ കണ്ണപ്പന്റെയും, ലക്ഷ്മിയുടെയും നാലാമത്തെ മകളായി 1968-മെയ് 15 ന് ജനിച്ചു. ഇപ്പോൾ എറണാകുളം ജില്ലയിലെ തൃപ്പൂണിത്തുറയിൽ താമസം. ഭർത്താവ് വേണു. മകൾ :ഹിമ.

നിരവധി നവ മാധ്യമ ഓൺലൈൻ മാസികകളിൽ കവിതകൾ,കഥകൾ, ലേഖനങ്ങൾ, ഓർമ്മക്കുറിപ്പുകൾ എന്നിങ്ങനെ നിരവധി രചനകൾ പ്രസിദ്ധീകരിച്ചിട്ടുണ്ട്.

അടുത്തിടെ *മോഹമേഘം* പ്രഥമ കവിത സമാഹാരം പ്രകാശനം ചെയ്തു. നിരവധി സാഹിത്യ ഗ്രൂപ്പുകളിൽ സജീവ സാന്നിധ്യമാണ്.എഴുത്തിന്റെ വഴികളിൽ നിന്നും നിരവധി സമ്മാനങ്ങളും,ആദര പുരസ്കാരങ്ങളും ലഭിച്ചിട്ടുണ്ട്.

കൊച്ചിയും എറണാകുളവും കേന്ദ്രീകരിച്ച് പ്രവർത്തിക്കുന്ന കൊച്ചിൻ സാഹിത്യ അക്കാദമിയുടെ കീഴിൽ നാട്ടിലെ സാഹിത്യ പ്രവർത്തനങ്ങൾക്കും നവാഗതരായ പ്രതിഭകൾക്ക് പ്രോത്സാഹനവും പിൻതുണയും നൽകുവാനായി പ്രവർത്തിക്കുന്നു.

കടപ്പാട്

എഴുത്തിന്റെ വഴികളിൽ കാലിടറാതെ കൈപിടിച്ച് നടത്തിയ പ്രിയ സഹോദരൻ റോബിൻ പള്ളുരുത്തി, എന്റെ അക്ഷരങ്ങളിൽ അച്ചടിമഷി പുരളാനും, അത് കവിതാ സമാഹാരങ്ങളാക്കി, ഒരു മകളെപ്പോലെ കൂടെ നിന്ന് എന്നെ ചേർത്തു പിടിച്ച വൈക (ഗീത സതീഷ്)

എല്ലാത്തിനും കൂടെ നിന്ന് സപ്പോർട്ട് ചെയ്യുന്ന എന്റെ പാതി വേണുച്ചേട്ടൻ,മകൾ ഹിമ,

എന്റെ രചനയിലെ തെറ്റ് കുറ്റങ്ങൾ ചൂണ്ടിക്കാണിച്ചു തരുന്ന ഗുരു തുല്യരായ എല്ലാ മിത്രങ്ങളോടും കടപ്പാട്.പ്രത്യേകിച്ച് എന്റെ രചനകൾ വായിച്ച് എനിക്ക് പ്രോത്സാഹനം തരുന്ന എന്റെ എല്ലാ മിത്രങ്ങളോടും പ്രത്യേക നന്ദിയും, സ്നേഹവും അറിയിക്കുന്നു.

അവതാരിക

കവിതകളുടെ ലോകം നൽകുന്ന വായനാസുഖം ഒരിക്കൽ അനുഭവിച്ചറിഞ്ഞവർ പിന്നീടൊരിക്കലും ആ ലോകത്ത് നിന്നും അകന്നു നിൽക്കാൻ ആഗ്രഹിക്കില്ല. നല്ല കവിതകൾ എന്നും അവരെ തേടിയെത്തുന്ന സമ്മാനങ്ങളായിരിക്കും. ഇത്തരത്തിലുള്ള ഒരുപിടി നല്ല കവിതകളുടെ സമാഹരമാണ് ശ്രീമതി. ബിന്ദു വേണുവിന്റെ 'ഉതവി'. ഇന്നിന്റെ നേർക്കാഴ്ചകളും,അവസാനനാളുകളിലെ അമ്മയുടെ കദനവും, യുദ്ധക്കെടുതികളും, ഇന്നിന്റെ പ്രണയവുമൊക്കെ കവിതകളുടെ വിഷയങ്ങളാകുമ്പോൾ ബിന്ദു വേണുവെന്ന കവയിത്രി സമൂഹത്തിനോട് പറയാൻ ആഗ്രഹിക്കുന്ന കാര്യങ്ങൾ നല്ല വരികളിലൂടെ വായനക്കാർക്ക് മുന്നിലെത്തുന്നു.

ആകുലതയെന്ന ആദ്യ കവിതയിൽ ആതുരാലയത്തിലെത്തപ്പെട്ട മനുഷ്യമനസ്സിന്റെ വിങ്ങലുകൾ വായനക്കാരുടെ മനസ്സിന്റെ മടിത്തട്ടിൽ ഒരു നോവായി നിൽക്കുമ്പോൾ, നീതിദേവതയുടെ നീതിബോധത്തെ ചോദ്യം ചെയ്യുന്ന നീതിദേവത സമൂഹത്തിന് നേരെയുള്ള ചോദ്യശരമായി മാറുന്നു.കവയിത്രിയുടെ അതിരുകളില്ലാത്ത ഭാവനയുടെ ഉത്തമഉദാഹരണമാണ് അപ്പൂപ്പൻ താടി, മഴപ്പെണ്ണ് എന്നീ കവിതകൾ.

കാലിക പ്രസക്തിയുള്ള കവിതകളായ അസ്തമയം, ഉതവി, വിധി എന്നിവയെല്ലാം കവയിത്രിയുടെ രചനാപാടവത്തിന്റെ ഉത്തമഉദാഹരണങ്ങളാണ്.ദൈവത്തിന്റെ സ്വന്തം നാടായ

നമ്മുടെ കേരളത്തെക്കുറിച്ചെഴുതിയ മലയാളമെന്ന കവിത എല്ലാ മലയാളികളുടെയും മനസ്സിൽ ഇടം നേടുക തന്നെ ചെയ്യും. പ്രിയപ്പെട്ടവർക്കു വേണ്ടി സ്വന്തം ജീവിതസുഖങ്ങൾ ത്യജിക്കുന്ന പ്രവാസികളുടെ മൗനനൊമ്പരങ്ങളുടെ കഥ പറയുന്ന പ്രവാസിയെന്ന കവിത വായനക്കാരുടെ മനസ്സിന്റെ കോണിൽ ഒരു കുഞ്ഞു നൊമ്പരപ്പൂ വിരിയിക്കുന്നു.

ഹൃദയഭിത്തികളിൽ ഇടം നേടാൻ കഴിവുള്ള കവിതകളുമായി ബിന്ദുവേണു എന്ന കവയിത്രി ഉതവിയുടെ വായനക്കാർക്ക് മുന്നിലെത്തുമ്പോൾ വായനാവസന്തത്തിന്റെ സൗരഭ്യം എങ്ങും പരക്കുമെന്നത് തീർച്ചയാണ്.അനുഗ്രഹീത എഴുത്തുകാരിയുടെ തൂലികയിൽ നിന്നും ഇനിയും ഒരുപാട് നല്ല രചനകൾ പിറക്കട്ടെ എന്നാആശംസിക്കുന്നു.

വൈക

1. ആകുലത

ആതുരാലയത്തിലെ
വീർപ്പുമുട്ടുമാ നിമിഷങ്ങൾ
മരുന്നിൻ മടുപ്പിക്കും ഗന്ധം
ഘടികാരസൂചിനോക്കിയിരിക്കവേയതിലും
ശീഘ്രമെൻ നെഞ്ചിൻ തുടിപ്പുകൾ
കഴിഞ്ഞരാവിലെ കഠിനമാം നോവിൻ നിമിഷങ്ങൾ
എന്നിലെയാത്മ ധൈര്യം ചോർത്തീടുന്നുവോ?
മറുവാക്കിനായ് അക്ഷമയോടെ
കാത്തിരിക്കുമെൻ പാതിയും ചാരെയായ്
പാതിവഴിയിലെങ്ങുമെത്താജീവിതമോർത്തീടവേ
പുത്രിതൻഭാവിയുമെല്ലാം ക്ഷണപ്രഭപോലെയെൻ
മനതാരിൽ മിന്നിമറയുന്നു
എൻ നൊമ്പരംമറിഞ്ഞതിനാവാം
സഖിയുടെ സാന്ത്വനമേറെയെന്നിൽ
കുളിർമഴയായ് പെയ്തിറങ്ങി എങ്കിലും
സപ്തദിനങ്ങൾ കൊഴിഞ്ഞീടുകിൽ
ഒരുമാത്രയെന്നിലെ ആകുലതയൊഴിഞ്ഞീടാമതുവരെ
എൻ ഉൾത്തടം എരിയുമീഉമിത്തീ പോലെയും.

2. മാസ്മരം

അസ്തമയ സൂര്യന്റെ പ്രഭയിൽ
പരസ്പരം കൊക്കുരുമിയിരിക്കും ഇണക്കിളികൾ
അന്തിക്കു കൂടണയാനൊരുങ്ങുമീ കിളികൾ
പകൽ നീല വിഹായസ്സിൽ പാറിപറന്നുല്ലസിക്കും
ഇണക്കിളികളുടെ പ്രണയ കാഴ്ചകളെന്തു ഭംഗി
തമ്മിലൊരുവാക്കും മൊഴിയാനാവാതെ
മൗനങ്ങൾ നിറയുമാ നോട്ടങ്ങൾ എയ്തിടവേ
പരസ്പരം അറിയുവാൻ മുഖാമുഖം നോക്കുന്നു
മനസ്സിലെ മോഹങ്ങൾ പ്രതീക്ഷതൻ മൊട്ടുകൾ
കൂമ്പി വിടരുവാനായി പരസ്പരമിണചേരും
മിഴിയിണകളിൽ പടരുന്നു
സ്നേഹത്തിൻ മാസ്മരിക ഭാവങ്ങൾ

3. നീതിദേവത

സത്യത്തിൻ നേരെ
നീതിദേവത കണ്ണടക്കുന്നുവോ?
അതോ നിരപരാധിയാം അവരിലെ
നിസ്സഹായത കണ്ടില്ലന്നു നടിക്കുന്നുവോ?
പാരിൽചെയ്തുകൂട്ടും ദുഷ്ക്കർമ്മൾക്ക്
തുണയാകുന്നുവോ?
ധർമ്മവും അധർമ്മവും തമ്മിലുള്ള
കർമ്മവിധിയിൽ തുലാസിൽ
അധർമ്മത്തിൻ തട്ട് താഴുന്നതെന്തേ??
പണത്തിന് മീതെ പരുന്തും പറക്കില്ലന്ന
ചൊല്ലുമിവിടെ ഉണ്മയായിത്തീരുന്നുവോ?
ആൾസ്വാധീനത്താലിവിടെ വാദിപ്രതിയാകുന്ന
നൊമ്പരമൂറും കാഴ്ചകൾ നിത്യവും!!
കറുപ്പിനാൽ മിഴികൾകെട്ടിയത് ലോകത്തിൻ
അധർമ്മങ്ങൾ കാണാതിരിക്കാനോ?
അതോ നേരിനുനേരെ മിഴികൾ
അന്ധകാരത്താൽ മൂടിയതോ?
ധനാർത്തിയാൽ പായും അധമന്മാർക്ക്
കുടയാകുന്നുവോ ഇന്നിന്റെ നീതിന്യായ കോടതികൾ?
നാരികളെ ചവിട്ടിത്താഴ്ത്തി
ഒരു കൂട്ടം മദിച്ചു വാണിടുമ്പോൾ
നീതിദേവതേ നീ മിഴിതുറക്കാത്തതെന്തേ?
നീതിയാൽ അവർക്കാരിനി തുണയേകും ?

4. കെട്ടകാലം

കെട്ടകാലത്തിൻ പോക്കിതെങ്ങോട്ട്
അവനിയിൽ കാണും കിരാതമാം ചില കാഴ്ചകൾ
അഗ്നിസാക്ഷിയാം വേട്ട പാതിയെ
പങ്കുവെക്കുന്നതി ക്രൂരമല്ലോ
സ്ത്രീകളോടും കുട്ടികളോടും എന്തിനേറെപറയുന്നു
നാൽക്കാലികൾ പോലുമിത്തരക്കാരുടെ
കരങ്ങളിൽ ബലിയാടായിതീരുന്നു
ചിലകാഴ്ചകൾ മിഴികളിൽ നിന്നും
മായാതെ നെഞ്ചകം പൊള്ളിച്ചും
കണ്ണിണകളെ ഈറനണിയിക്കുന്നു
ഇനിയുള്ളകാലമെന്താകുമോ
മനസ്സിലെ ഉണ്മയും നന്മയും
കുടിയൊഴിഞ്ഞോ അതോ
കാണാത്തഭാവം നടിച്ചിടുന്നോ
ഉന്മത്തഭാവത്തിലോടി നടന്നവർ
അവനിയിൽ താണ്ഡവം തുടർന്നീടുന്നു
പുതിയൊരവതാരം പിറവിയെടുത്തീടുമോ
മലയാളമണ്ണിന്റെ നന്മകൾ വീണ്ടെടുക്കാൻ
വീണ്ടുമൊരു നവയുഗത്തിനായ് കാത്തിരിക്കാം..

5. മോഹം

മനസ്സാംനെരിപ്പോടിനുള്ളിൽ
ചില മോഹങ്ങൾ കത്തിയെരിയുന്നു
ആ ചൂടിലോ ഞാനും വെന്തുരുകുന്നു
ഇടനെഞ്ചു പൊട്ടും രുദ്രതാളത്തിൽ
നിൻ ശേഷിച്ച മോഹവും തകർന്നടിഞ്ഞുവോ ?
എങ്കിലും നിന്നാത്മാവിൻ ചില്ലയിലൊരുതരി
മോഹം ബാക്കിനിൽപ്പൂ.
നിന്റെ മൗനങ്ങളും നൊമ്പരമെല്ലാം
ഇന്നെന്റെ പ്രിയ സഖികളായ്
കാലമാം കയ്പു നീരിൽ കുതിർന്നൊരു
നിമിത്തമാണോയെന്നറിയില്ല ഈ ജീവിതയാത്ര
അകതാരിൽ ഒരുപിടി സ്വപ്നങ്ങൾ തൻ
ഭാണ്ഡവുമായ് അക്ഷരക്കൂട്ടങ്ങൾക്കിടയിലൂളിയിടും
അവളുടെയാത്മ വീര്യത്തെയൊരുനാളും
തകർക്കാനാവില്ലന്നറിക നീയും.
ഈ വനിയിൽ ക്ഷണപ്രഭാ വേഗത്തിൽ
മാറിമറിയുമീ ജീവിതക്കാഴ്ചകൾ
ഇരുളിൻ കമ്പളം നീക്കി പുറത്തുവരും
അർക്കനെപ്പോലെ ചില ചിന്തകൾ.
തീരമറിഞ്ഞ പാദം പോലെ,
അക്ഷരമറിയും തൂലികപോലെ,
മനമറിയും ചിന്ത പോലെ,സഖി
നീയുമെന്നുള്ളിൽ നിറയുക.

6. വിചാരണ

ഉള്ളം നീറും ചിലയോർമ്മകൾ
ഇന്നെൻ മനസ്സിനെ അസ്വസ്ഥമാക്കുന്നു
മറക്കാനെല്ലാം മനസ്സിനെ പഠിപ്പിച്ചാലും,
ചിലതെല്ലാം മറക്കാനാവില്ലെന്നു മനസ്സും
നിരപരാധിയാമവളെ കുത്തിവേദനിപ്പിച്ചവരോട്
പൊറുക്കാനാവില്ലെന്നും
ഇല്ലാകാരണങ്ങൾ പറഞ്ഞുണ്ടാക്കിയവളെ
ഒറ്റപ്പെടുത്തിയതൊന്നും മറക്കാനാവില്ലെന്ന് ചിത്തവും
ബന്ധങ്ങളോടാത്മാർത്ഥത കാണിച്ചതിനിത്രയും
ശിക്ഷയോ?
ഇല്ലാകാര്യങ്ങൾ പറഞ്ഞവളെ ഓരോ ആൾക്കൂട്ടത്തിൽ
പരിഹസിക്കുന്നതവർക്കൊരു നേരംപോക്ക്!!
കാലമെത്രപോയാലും വിഷംപുരട്ടിയവരുടെ മൊഴികൾ
മനതാരിലേല്പിച്ച മുറിവുകൊളൊരിക്കലും മായ്വതില്ല
ഒറ്റപ്പെടുത്തിയവർ ആഘോഷിക്കുമ്പോളോർത്തീടേണം
കാലത്തിനോടൊരുനാൾ കണക്ക്
പറയേണ്ടിവരുമെന്നുള്ളത് നിശ്ചയമെന്ന്
ആ ദിനങ്ങൾ അതിവിദൂരമല്ലന്നറിക നീ
അവളിലെനന്മകളറിയും മനമവൾക്ക് കൂട്ടായെന്നും.

7. മോഹപുഷ്പ്പങ്ങൾ

കാലങ്ങളെത്ര കൊഴിഞ്ഞാലുമെന്നിലെ
മോഹപുഷ്പ്പങ്ങൾ കൊഴിയുകില്ല
സ്നേഹംകൊടുത്തു നനച്ചു വളർത്തിയ
പൂച്ചെടിയൊരുനാളു മെന്നിൽ വാടുകില്ല
ഇനിയെന്നു പൂത്തുതളിർത്ത്
സൗരഭ്യംപടർത്തീടുമെൻ ആരാമത്തിലെ
മോഹപുഷ്പ്പങ്ങൾ
നിരാശയുടെ കനൽച്ചൂടിൽലവൾ
വാടിത്തളരുമ്പോൾ കാലമവൾക്കേകും
പ്രത്യാശതൻ പൊൻകിരണങ്ങൾ
ഉൾക്കുളിരിലവൾ വീണ്ടും
തളിരണിഞ്ഞുണരുമെങ്കിലുമാ
പുതുനാമ്പുകളെ തല്ലിക്കൊഴിച്ചീടും
ചില ദുഃർനിമിത്തങ്ങൾ
മുരടിച്ചയെൻ മോഹപുഷ്പ്പച്ചെടി
വീണ്ടും തളിരണിയുന്നു!
കാലതാമസമേറിടാതെയെൻ
മോഹപുഷ്പം പൂത്തുലഞ്ഞീടും
ആസുദിനത്തിനായ് കാത്തിരിപ്പൂ
സഖേ ഞാനീ ജീവിത സായാഹനവേളകളിൽ.

8. ദേവതേ നീ തീയാവുമോ

സത്യം പതിയാത്ത കണ്ണുമായെത്ര നാൾ
സഹനമായുഴലുന്നതരുണിയെകണ്ടുവോ
സേവയായ് മേവുന്ന ദുഷ്ടരെ മാറ്റി നീ
സോദരിമാർക്കുമേലുണ്മയായ് മാറുമോ!
സമ്പത്തുമാൾബലത്തൂക്കവുമായ് ചിലർ
സ്വാധീനമാടി മദിക്കുന്നു ചുറ്റിലും
സാരമായ് നീ വന്നു തുണയായി മാറുകിൽ
സാന്ത്വനമായിടും സംശയമില്ലതിൽ!
കരിമിഴി മൂടി ഇരിക്കുന്ന ദേവിയേ
കരതലംകൊണ്ടൊന്നുതഴുകുമോഞങ്ങളെ
കരുണയാലുൾക്കണ്ണുതുറക്കിലോചുറ്റിലെ
ക്രൂരരാമധമരങ്ങൊഴിഞ്ഞിടും നിശ്ചയം!

9. ചിറകുകളടർന്ന പൂമ്പാറ്റ

ഒട്ടേറെ പക്ഷികൾ ശലഭങ്ങൾ
വാനിതിൽ പാറിക്കളിക്കവേ
ഉള്ളിലെൻ മോഹങ്ങൾ
നുരഞ്ഞു പൊന്തുന്നു
എത്രയോ ദൂരം പാറി പറന്നവൾ ഞാൻ
എത്രയോ മധുവുണ്ട് മഥിച്ചിരുന്നു
ഇന്നെന്റെ ചിറകുകൾ അറ്റുപോയ് കഷ്ടം
വിധിയെത്ര നിന്ദ്യം, കഷ്ടമെൻ ജന്മം
വർണ്ണച്ചിറകിനാൽ പാറിപറന്ന ഞാൻ
ക്രൂരനാം പക്ഷിതൻ കൊക്കുകൾകൊണ്ടെന്നെ
കൊത്തിയെടുത്തു പശിയകറ്റാൻ,
ഭാഗ്യമൊ നിർഭാഗ്യമോ
എന്തെന്നറിയില്ല ചിറകറ്റു
ഞാനോ ദൂരെ വീണു
ഇലമറവിൽ വീണൊരു എന്നെ തിരഞ്ഞവൻ
ഒട്ടു ചികഞ്ഞതും കണ്ടുഞാൻ ഭയമോടെ
ക്ഷമയറ്റു ദൂരേ പറന്നവൻ പോയപ്പോൾ
എൻ ജീവന്റെ ശ്വാസവും നേരെയായി
ഇന്നുമീ ഇലമറവിൽ തപംചെയ്തു ജീവിപ്പു
കാലം കഴിക്കുവാൻ മാത്രമായി
ഞാനൊരു പൂമ്പാറ്റ ചിറകില്ലാ പൂമ്പാറ്റ
കണ്ണീരു തോരാതെ കാത്തിരിപ്പൂ

10. തോരാക്കണ്ണീർ

ഭൂതകാലത്തിലെ സ്മൃതിയുണർത്തുമെന്നിലെ
ചില നൊമ്പരക്കാഴ്ച്ചകൾ
പ്രിയസതീർഥ്യ കുടുംബം വിരുന്നിനായ് വന്നതും
എന്നിലെതൂലികയുണർന്നു
ദ്രവിച്ചോലപ്പഴുതിലൂടെ കുത്തിയൊഴുകും
മഴ ചാലുകൾ തീർത്തീടും
മെഴുകിയ തറയിൽ തെളിഞ്ഞു നില്ക്കുംചരലുകൾ
പഞ്ഞകർക്കിടകം മുഴുപ്പട്ടിണി തീർക്കും നാളുകൾ
ഒരുതുള്ളി വെള്ളമനത്താൻ പോലുമാവാതെ
മഴയിൽ കുതിർന്ന വിറകടുപ്പുകൾ
ചോരാത്തൊരിടത്തായ് മക്കളെ
ചേർത്തുപിടിച്ചൊരമ്മയും
മക്കൾതൻ മിഴിയിൽക്കാണും
പശിതൻ അഗ്നിനാളങ്ങൾ
വിശപ്പിനാൽ തളർന്നുറങ്ങും മക്കളെ
വാരിപ്പിടിച്ചമ്മതൻ മാരോടു ചേർത്ത്
സാന്ത്വനത്തലോടലായ്
ഹുങ്കാരത്തോടെയാഞ്ഞു വീശിയ കാറ്റിൽപ്പാറിപ്പറക്കും
ശേഷിച്ച മേൽക്കൂരയിലെ ഓലക്കീറുകൾ
മഴവെള്ളം നിറഞ്ഞ മുറ്റത്ത് നിന്നും
വരിവരിയായ് ഇഴഞ്ഞെത്തും
തേരട്ടകളുടെ ഘോഷയാത്ര
അരപ്പൊക്കത്തിൽ കെട്ടിപ്പൊക്കിയ

മൺതിട്ടയിലായി കാണാം
മണ്ണിരകളും ചെറുപുഴുക്കളും
സംഘമായിരിക്കും ഓലച്ചാർത്തിലായ്
ഉറുമ്പിൻ കൂട്ടവും
തലചായ്ക്കുവാൻ ചോരാത്തോരിടമില്ലന്നറിയുന്ന
മക്കൾതൻ മിഴികളിൽ കാണും ദീനഭാവം
കണ്ടമ്മതൻ നെഞ്ചിൽ കനലെരിയുന്നു
തന്നിലില്ലാക്കഥകൾ കെട്ടിമെനഞ്ഞുണ്ടാക്കിയ
തൻപാതിയിനെങ്ങോ ഒന്നുമറിയാതെ
സുഖലോലുപനായ് വാഴുന്നീ ഭൂവിൽ

11. മൗനം

മനസ്സിൽ വിരക്തി നിറയുമ്പോൾ
ആരുമറിയാതെ ആരോടുമൊന്നും മൊഴിയാതെ
മൗനത്തിൻ കൂടൊരുക്കിയിരിക്കാൻ മോഹം
കാലമോർമിപ്പിക്കും ചില നൊമ്പരങ്ങൾ
മനസ്സിൽ ഇത്തിൾക്കണ്ണിപോലെ അള്ളിപ്പിടിക്കുന്നു
വേരോടെ പിഴുതെറിഞ്ഞാലും
മനസ്സിൻ ദുർബലമാമിടങ്ങളിൽ
ചെറുനാമ്പുകൾ വീണ്ടും കിളിർക്കുന്നു
തിരക്കേറുമീ ജീവിതയാത്രയിൽ
പാഴ്ച്ചിന്തകൾ ഓർമ്മിക്കാനിന്നെവിടെ നേരം സഖേ
ചിലപ്പോൾ ഭ്രാന്തമാം മൗനത്തെക്കൂട്ടി
ഞാനെൻ ചിത്തത്തിൻ
ഉൾത്തടങ്ങളിലേക്ക് ആഴ്ന്നിറങ്ങും
മനസ്സിൽ കൊളുത്തി വലിക്കും
ചിലതെല്ലാമെങ്കിലുമെൻ സ്മൃതികളിൽ
നിറം മായില്ലൊരു നാളും
മൗനത്തിൻ വാത്മീകത്തിലമരുമ്പോൾ,
മനസ്സിലെ ഇരുൾമൂടിയ ചിന്തകളിൽ
നന്മയേറിടുമപ്പോഴാ ദേഹവും
ദേഹിയും ശാന്തമായ്ത്തീരും
പ്രത്യാശയുടെ നവകിരണങ്ങളിൽ
അക്ഷരപ്പൂവുകളായ്
പുതുചിന്തകൾ പൂത്തുലയും.

12. അപ്പൂപ്പൻ താടി

കാലത്തിനൊപ്പം സഞ്ചരിക്കാം നമുക്ക്
മോഹത്തിനൊപ്പം സഞ്ചരിക്കാം
കാലവും മോഹവുമൊന്നിച്ചു ചേരുമ്പോൾ
മനസ്സിലെ സങ്കല്പലോകവും ഒന്നാകും
ഭൂതകാലമോർത്ത് ആകുലപ്പെടാതെ
വർത്തമാനകാലത്തേയോർക്കുക നാം
നന്മകളെല്ലാം മാറോട്ചേർത്ത്
തിന്മകളെയകറ്റിടുക
കുത്തിനോവിക്കും നോവുകളെല്ലാം
മറക്കാൻ കഴിഞ്ഞാലതിലും
വലിയൊരു വിജയമുണ്ടോ ഈയുലകിൽ
മാനംമുട്ടെപ്പറക്കും പരുന്തിനെപ്പോലെ
ചിന്തകളങ്ങനെ ഓടിയോടി
ഉലകിലെ പലപല കാഴ്ചകളങ്ങനെ മനതാരിൽ
പതിഞ്ഞു കിടക്കും
ഒരുനാളിലവ മനസ്സാം മണിച്ചെപ്പിൽനിന്നും
സ്വതന്ത്രരാകുമപ്പോൾ
ഭാരമൊഴിഞ്ഞ ഹൃത്തടം അപ്പൂപ്പൻ താടിപോൽ
അനന്ത വിഹായസ്സിൽ
മേഘ രാജികൾക്കിടയിലൂടെ
പാറിപ്പറന്നങ്ങനെ യൊഴുകിയൊഴുകി
ജീവിതവനിയിലെ നൊമ്പരമൊന്നുമറിയാതെ.

13. നഷ്ടബോധം

അണയാൻ തുടങ്ങും ദീപമാളിക്കത്തുംമ്പോലെ
യെൻ തൂലികത്തുമ്പിൽ നിന്നുതിർന്നു വീഴുന്ന
അക്ഷര ഗണങ്ങൾ
തരംഗിണി പോൽ കവിതകളായ് മാറി
മനസ്സിന്റെ വാതായാനങ്ങൾ തള്ളിതുറന്നവർ
ചിറകു വിരിഞ്ഞ പക്ഷിയെപ്പോലെ പാറിപ്പറന്നു
പഞ്ഞിത്തുണ്ടുപോലുള്ള
മേഘക്കൂട്ടങ്ങൾക്കിടയിലൂടെയും
വികൃതിക്കാറ്റിന്റെയൊപ്പം നീലാകാശത്തിൽ
ഉന്മത്തഭാവമോടെ
ആരുമറിയാതെ ഞാനെൻ
ഹൃദയച്ചെപ്പിലടച്ചയെൻ മോഹങ്ങളെല്ലാം
ഇന്നെന്നിൽ നിന്നും പറന്നകലുന്നതെന്തേ??
ചങ്ങലയിൽ തളച്ചപോൽ കാലങ്ങളായ്
ഞാനെൻ മോഹങ്ങളെയടക്കി വച്ചിരുന്നുവോ??
ക്ഷണപ്രഭയിലവർ പൊട്ടിത്തെറിച്ചതെന്തേ
നല്ലൊരു നാളിനായ് കാത്തിരിക്കുമെൻ
മനമറിയാതെ പോയതെന്തേ
അതോ അവരുടെ മോഹവും ദാഹവും
ഞാനറിയാതെ പോയതോ
ആരുമറിയാതെയെന്റെ ഹൃദയ വാതായനങ്ങൾ
അവർക്കായ് തുറന്നിട്ടു
എന്നിനി തിരികെ വരുമെന്നറിയാത്ത കാത്തിരിപ്പ്.

14. അസ്തമയം

പരസഹായമില്ലാതെ തൻ കാര്യങ്ങൾക്കായ്
മറ്റുള്ളവരുടെ കാരുണ്യത്തിനായ്
കാത്തു കിടക്കും അമ്മതൻ മിഴിയിൽ
കാണാം ദയനീയഭാവം
ചോരനീരാക്കി വളർത്തിയ മക്കൾക്ക്
താനൊരു ഭാരമായെന്നൊരു തോന്നലുമാ
ഉൾത്തടത്തിൽ
ഇനി പിച്ചവച്ച് നടക്കില്ലെന്നുള്ള
യാഥാർഥ്യവുമറിയുന്നു പാവം
ജീവിതസായാഹ്നത്തിൽ വിടപറയാനുള്ള
നേരവും വന്നണഞ്ഞു
അസ്തമയ സൂര്യനെ നോക്കിക്കിടക്കുമാ
മിഴികളിൽ നനവ് പടർന്നുവോ?
മൃത്യുവിനെക്കാത്തു കിടക്കും താനും
അന്തിക്കതിരവനും ഒരുപോലെയോ?
കേവലം ദിനരാത്രങ്ങൾമാത്രമോ
ഇനി തനിക്കായ്
ഈ ജന്മത്തിൽ അനുഭവിച്ച
സുഖ ദുഃഖങ്ങളെല്ലാം ഒരു നിമിഷം
മനതാരിൽ മിന്നിമറയുന്നു
ഈ ജന്മത്തിലെ കർത്തവ്യങ്ങളെല്ലാം
തീർത്ത ചരിതാർത്ഥ്യമാ മിഴികളിൽ
ആർക്കുമൊരു ഭാരമാകാതെ

മൃത്യുവിൻ വരവിനായ് കാതോർത്തു കിടക്കവേ
ആ മിഴികളിൽ ഉറ്റവരെ വിട്ടുപോകും
വേദന കണ്ണുനീർത്തുള്ളികളായ് പെയ്തിറങ്ങുന്നു.

15. പവനസംഗീതം

കാറ്റിൽ ചാഞ്ചാടും കണിക്കൊന്ന
പൂക്കുലകളിലുണ്ടാവാം കാറ്റിൻ മൃദു സംഗീതം
ഇല്ലിക്കാടുകളിൽ കേൾക്കും
ശീൽക്കാരങ്ങളിലറിയാം കാറ്റിൻ മർമ്മര സംഗീതം
കാറ്റിൻ കൈകളിൽ തിമിർത്താടും
മഴയിലും കേൾക്കാം
കാറ്റിൻ താരാട്ടിൻ സംഗീതം
ഓലത്തുമ്പിൽ കാറ്റിൻ
താളത്തിലൂയലാടിക്കളിക്കും
കുരുവി കൂടുകളിലുണ്ടാവാം
കാറ്റിൻ മധുര സംഗീതം
വാനിലൂടൊഴുകും വെൺമേഘങ്ങളിൽ
കാണാം കാറ്റിൻ പ്രണയ സംഗീതം
നിശബ്ദമായൊഴുകും പുഴയുയോളങ്ങളിൽ
കാണാം കാറ്റിൻ മൗനസംഗീതം
സാഗരത്തിലെ ആഞ്ഞടിക്കും
തിരമാലയിൽ കാണാം കാറ്റിൻ സംഗീതം.

16. ആഴം

എന്റെ മനസ്സിൻ ആഴങ്ങളിലെ
അക്ഷരനിധികളെല്ലാം
നെഞ്ചോരം വാരി ചേർത്ത്
ഞാനൊരു കവിതയുടെ
പൊൻതോണിയിൽ യാത്രയായി
എത്രയോ ആഴത്തിൽ ചേർത്തണച്ചു
സ്നേഹത്തോടെ നിൻകാതോരം
ചൊല്ലിയ കിന്നാരമെല്ലാം
വിസ്മരിച്ചുവോ പ്രിയതോഴി
എന്നിലെ പ്രിയരാഗം
നിൻ നെഞ്ചിൻ തുടിപ്പോടുചേർത്ത്
എന്റെ മനസ്സിന്റെ ആഴങ്ങളിൽ ചേർത്ത്
പുതുരാഗമായ്, മൃദുഭാവമായ്
ഹൃദയതന്ത്രികളിൽ വീണ മീട്ടി ഞാൻ
പൊക്കിൾക്കൊടി ബന്ധത്തിന്നാഴം
മനസിലാക്കിയതിനാലാവാം ചിലതെല്ലാം
മറക്കാനും പൊറുക്കാനും നമുക്ക് കഴിയുന്നത്
ചില സൗഹൃദങ്ങൾ സ്നേഹത്തിന്നാഴം
അറിയുന്നതിനാലാവാം
നമ്മളോട് ചേർന്നുനിൽക്കുന്നത്.

17. ബന്ധങ്ങൾ

നന്മ നിറഞ്ഞ ബന്ധങ്ങളെല്ലാം ഇന്നീ
പാരിൽ നിന്നും പോയ് മറയുകയാണെങ്കിലും
ചില ബന്ധങ്ങളോ സത്യം
നമ്മൾതൻ ബന്ധനമായ് തീർന്നീടും നിത്യം .
ചില നന്മയേറും ബന്ധങ്ങൾ
നമ്മെ സ്നേഹതീരങ്ങളിൽ തളച്ചീടും പിന്നെ,
അവരിലെ സാന്ത്വനങ്ങൾ
നമ്മളിൽകുളിരായ് പടർന്നീടും
ചില ബന്ധങ്ങൾ നമ്മൾക്ക് താങ്ങാണ് തണലാണ്
ജീവിത കാലത്തിലത്രയും നിഴൽ പോലെ
പിരിയാതെ പഴി പറയാതെ
എന്നും കൂടെ ചേർന്നുനിൽക്കും
ബന്ധങ്ങൾമനതാരിൽ നിന്നുണ്ടായിടേണം
പൊക്കിൾക്കൊടി ബന്ധങ്ങളന്യമാകുമീ ഊഴിയിൽ
രക്തബന്ധങ്ങളെക്കാൾ ചേർന്നു നിൽക്കും
ചില സൗഹൃദങ്ങൾ

18. യാത്രാമൊഴി

എൻ മരണം ആർഭാടമാക്കരുത്
കഴിയുമെങ്കിൽ എൻ വേർപാടിൽ
ദുഃഖിക്കുന്നവരെ ആശ്വസിപ്പിക്കാം
തള്ളവിരലുകൾ തമ്മിൽ ബന്ധനമരുതേ
അതെനിക്ക് വല്ലാത്തൊരു വീർപ്പുമുട്ടലാകും
മക്കൾ അല്പം കരഞ്ഞോട്ടെ
അത് പൊക്കിൾക്കൊടി ബന്ധമാണ്
വരുന്നവർ ആരും ഒരു തുള്ളി കണ്ണീർ
പൊഴിക്കരുത്
ജീവനോടെയുള്ളപ്പോ
എന്റെ നൊമ്പരങ്ങളിൽ
അല്പംപോലും നനവ്
പടർത്താത്തവർ
എന്റെ മൃത്യുവിൽ
എന്തിന് അശ്രുവീഴ്ത്തണം ?
മരണാന്തര കർമ്മങ്ങൾ
അതിനോടെനിക്കൊട്ടും താല്പര്യമില്ല
മകളെൻ ചിതയ്ക്ക് തീ കൊളുത്തീടണം
അതവൾക്കു മാത്രം ,
മറ്റാർക്കുമില്ല അവിടെ സ്ഥാനം
അടിയന്തിര ചടങ്ങേന്തിന് ?
ഭക്ഷണംകഴിഞ്ഞ് വയർനിറഞ്ഞ്
ഏമ്പക്കം വിട്ടിട്ട് ഉപ്പേതുമില്ല എരിവൊട്ടുമില്ലെന്ന്

പരാതികൾ കേൾക്കാനോ
ഒരു നേരത്തെ അന്നം അനാഥമക്കൾക്ക്
കൊടുത്തെന്നാൽ അതെത്രയോ പുണ്യം
ഉപയോഗപ്രദമായ ശരീരാവയവങ്ങൾ മർത്യന്
ഉപകരിക്കണം അതെന്റെ
അന്ത്യാഭിലാഷം ആണെന്നൊർക്കണം
വർഷം തോറും കർക്കിടവാവിന്
ബലിചോറ് വെക്കരുത്
ബലികാക്കയായി ഞാൻ വരില്ല
എനിക്കതിൽ താല്പര്യമില്ല
കാരണം ജീവനോടെയുള്ളപ്പോൾ തൃപ്തയായിരുന്നു

19. പക്ഷിയുടെ ആകുലത

കാറ്റിലുലയുന്ന മാമരച്ചില്ലയിൽ
താണീരുന്നാടുന്ന കുഞ്ഞിപ്പക്ഷീ
അവളുടെ പാട്ടിന്റെ താളത്തിനൊപ്പമായി
ഞാനറിയാതെങ്ങു മൂളിടുന്നു
ഇനിയുള്ള കാലവും ആടിക്കളിക്കുവാൻ
ഞങ്ങൾക്കീ മാമരമെന്നു മുണ്ടായിടുമോ?
വികസനമെന്നൊരു പേരിലായന്നെന്റെ
മാമരച്ചോട്ടിൽ മഴു വീഴുമോ
കുഞ്ഞിക്കിളിയുടെ പരിഭവം
കേട്ടന്റെ ചിത്തത്തിലായിരം സ്മൃതിയുണർന്നു
ഓർമ്മതൻ ചില്ലയിലാടിക്കളിക്കുന്ന
മാമ്പഴക്കാലമെൻ ചിന്തകളിൽ
കാർമുകിൽ വാനിലായ് പാറിക്കളിക്കുമ്പോൾ
യെല്ലാരുമൊന്നിച്ചാ മാഞ്ചോട്ടിലായ്
മാവിൻചില്ലയിലാടിക്കളിക്കുന്ന
മാമ്പഴമൊന്നു ഉതിർന്നു വീഴാൻ
തോഴരായൊന്നിച്ചു മാവിൻചുവട്ടിലായ്
കാവലിരുന്നൊരാ മധുരബാല്യം
അണ്ണാറക്കണ്ണൻ കടിച്ചീടും മാമ്പഴം
മത്സരിച്ചോടിയെടുത്തീടുന്നു
ഒന്നൂടെയെനിക്കായ് കടിച്ചീടു മാമ്പഴം
അണ്ണാറക്കണ്ണാ കള്ളക്കണ്ണാ യെന്റെ

പുന്നാരക്കണ്ണാ കള്ളക്കണ്ണാ
ഇനിവരും കാലത്തിലന്യമായ് തീരുമോ
മാമരകൊമ്പിലെയീ കാഴ്ചകളും
മർത്യന്റെയാർത്തി ശമിക്കുംവരെയുമീ
കാഴ്ചകളെല്ലാമന്യമാകും
നമുക്കീ കാഴചകളെല്ലാമേ അന്യമാകും

20. ഉതവി

തൻകാര്യം കാണുമീയുലകിൽ
ഉതവി ചെയ്യുവാനിന്നാർക്ക്നേരം
പരസ്പരംകുതികാൽവെട്ടിയും,
ചോരചിന്തിയും,തമ്മിലടിച്ചുമിണങ്ങാത്തവർ
ഈ അവനിയിലേറേയെന്നറിഞ്ഞീടുക സഖേ
നന്മയെ പുറംകാലാൽതട്ടിയെറിഞ്ഞും
തിന്മയെ നെഞ്ചിലേറ്റുന്ന കാഴ്ചകൾ
ഊഴിയിൽ കാണുന്നിതാ
ആർത്തിമൂത്ത മനുജരിന്നു
വെട്ടിപ്പിടിക്കാനോടീടുമ്പോൾ
തുണ ചെയ്യുന്നതിനിവിടെയാർക്ക് നേരം
നെഞ്ചോരമല്ല കനിവുള്ളവരിൽ
സഹായത്തിനായല്ല പ്രതീക്ഷപുലർത്തീടാം
പിൻതാങ്ങ് ചെയ്താലോ മനസ്സിൽ നന്മനിറഞ്ഞീടും
നന്മനിറഞ്ഞെന്നാൽ മനസ്സിലെ തിന്മയകന്നീടും
അപ്പോഴാ ജീവിതം ധന്യമായ് തീരുമല്ലോ

21. മൃത്യു

ഹേ രംഗബോധമില്ലാതെ അതിഥിയായ് വരും
മരണമേ നിന്നോടെനിക്ക് ചിലപ്പോഴെല്ലാം
പറഞ്ഞറിയിക്കാൻ വയ്യാത്ത പ്രണയമാണ്
പറയാതെ വന്നെൻ പ്രിയരുടെ പ്രാണനെ
കട്ടെടുത്തോടി ഞൊടിയിടയിൽ
അപ്രത്യക്ഷമാകും മൃത്യു,
നിന്നോടെനിക്ക് എന്തെന്നില്ലാത്ത പകയാണ്
രോഗപീഡയാൽ വേദനയിൽ പിടയും
പ്രിയരുടെ മിഴിയിണകളിൽ കാണും
ദയനീയത കാണ്മാൻ വയ്യാതെ,
നെഞ്ച് പിടയും, ആ നിമിഷങ്ങളിൽ
ഞാൻ നിന്നെയോർക്കവേ,
മരണമേ നീയൊന്നു വന്നിരുന്നെങ്കിൽ
ജന്മംകൊണ്ടല്ലങ്കിലും കർമ്മം കൊണ്ട്
സ്വന്തമാക്കിയയെൻ സോദരനെ മൃത്യുവിൻ
ചിറകിലേറ്റി നീ പറന്നകന്നപ്പോൾ
എൻ നെഞ്ചെകമാണുനീ തകർത്തത്
ഒരുനോക്ക് കാണുവാനാകാതെ,
ഒരു വാക്ക് മൊഴിയുവാനാകാതെ
ഒരു യാത്രാമൊഴി പറയുവാനാകാതെ
പ്രിയമിത്രമേ നീ പോയ് മറഞ്ഞതെന്തേ?
എന്നുമെൻ സ്മൃതികളിൽ സോദരാ നിന്നോർമ്മകൾ.

22. വിധി

വിധിയുടെ വിളയാട്ടമാമിന്നിന്റെ കാഴ്ചകൾ
എന്നിൽ നൊമ്പരമുണർത്തീടുന്നു.
അഗ്നിസാക്ഷിയായ്
വേട്ട പെണ്ണിനെ സ്ത്രീധനത്തിനായ്
വിലപേശും ദുർ ജന്മങ്ങൾ
താലി ചാർത്തിയ കൈകൾ
അവർക്കായ് കുടുക്കൊരുക്കും കാഴ്ചകൾ!
വിധിയുടെ വിളയാട്ടത്തിനായ് നിൽക്കാതെ
സ്വയം കരുത്ത് നേടാൻ മറന്നീടല്ലേ..
അപ്രതീക്ഷിതമായ്
ജീവിതത്തിൽ കടന്നെത്തും ചിലതെല്ലാം
വിധിയുടെ വിളയാട്ടമായ് തീർന്നീടുന്നു.
കേവലമിന്നൊരണുവിൻ
വിധിവിളയാട്ടത്തിലെത്രയോ ജന്മങ്ങൾ
മൃത്യുവിൻ മഞ്ചലേറും
ദയനീയമാം കാഴ്ചകളെങ്ങും നിത്യം!

23. മഴപ്പെണ്ണ്

കാറ്റിൻ താളത്തിൽ നൃത്തമാടും
മഴപ്പെണ്ണേ
നിന്നെയെനിക്കെന്തിഷ്ടമെന്നോ
കനവിലും, നിനവിലും
കുളിരുപടർത്തി
കവിതയിൽ, കഥകളിൽ
പ്രണയം തുളുമ്പുന്നോ
മഴപ്പെണ്ണേ
നിന്നെയെനിക്കെന്തിഷ്ടമാണെന്നോ
വെള്ളിനൂൽപോലെ
വിണ്ണിലൂടിറങ്ങി
മുത്തുമണി പോൽ
മണ്ണിൽ വീണ് പൊട്ടിച്ചിരിക്കും
മഴപ്പെണ്ണേ
നിന്നെയെനിക്കെന്തിഷ്ടമാണെന്നോ
വികൃതികാറ്റിനൊപ്പം
കുസൃതികാട്ടിയെന്നെ നനയ്ക്കുംമഴപ്പെണ്ണേ
നിന്നെയെനിക്കെന്തിഷ്ടമാണെന്നോ
മധുരമുള്ളോർമ്മകളെ
തൊട്ടുണർത്തും
മഴപെയ്തു തീരാൻ കാത്തിരുന്നു
കടലാസ്തോണിയൊഴുക്കി കളിച്ചും,
മഴവെള്ളം തട്ടിതെറിപ്പിക്കും കുഞ്ഞുബാല്യം

മഴപ്പെണ്ണേ
നിന്നെയെനിക്കെന്തിഷ്ട്ടമെന്നോ
താരാട്ട്പാട്ടുപോൽ താളത്തിൽ പാടിയെന്നെയുറക്കും
മഴപ്പെണ്ണേ
നിന്നെയെനിക്കെന്തിഷ്ടമെന്നോ
നിന്റെ താളത്തിലലിയുവാൻ
നിന്നിലേക്കലിയുവാൻ
എനിക്കെന്തു കൊതിയാണെന്നോ

24. ആനന്ദ നടനം

ഇനിയെന്റെ തൂലികയിൽ വിരിയും
കവിതയെന്തെന്നോർത്തുകിടക്കും രാവിൽ
മസ്തിഷ്കത്തിൽ ചിന്തകളങ്ങനെ
തലങ്ങും വിലങ്ങും നെട്ടോട്ടം
നിദ്രവന്നെന്നെ പുണരുംവരെയും
മനതാരിലോരോ ചിന്തകളും
നിഴലായ്ചിലയോർമ്മകൾ
മനസ്സിനെ തഴുകിയുണർത്തുമ്പോൾ
നനുത്തമഴ നനയുമ്പോലെ മെയ്യാകെ കുളിരുന്നു
ഇനിയെന്റെ സന്ധ്യകളിൽ
പൂത്തുലഞ്ഞീടുന്നിടുന്നിതാ താരഗണങ്ങളും
നിങ്ങളുമൊന്നുപോലെ
അക്ഷരപ്പൂക്കളാം നിങ്ങളെന്നുറ്റ സഖികളല്ലോ
എന്റെ നോവിൻ തീരങ്ങളിൽ വന്നെന്നെ
തഴുകിത്തലോടുന്ന സാന്ത്വനസ്പർശം നിങ്ങളല്ലോ
ആഹ്ലാദത്തിരതലെന്നിലുണരുമ്പോൾ
കൂട്ടമായ് വന്നെന്നിലലിഞ്ഞു ചേരും
പ്രിയ സഖികളല്ലോ
ഇന്നെൻ സന്ധ്യക്ക് ചന്തമില്ല
ഇന്നെന്റെ ചിന്തക്ക് ജീവനില്ല
ഇന്നെന്റെ തൂലികയിൽ
ആമോദമായ് വന്നു പൂത്തുലയും
നിങ്ങൾ തൻ സൗരഭ്യമെങ്ങും പടർന്നീടട്ടെ

അതുകണ്ടെൻ മനവും
ആനന്ദനടനം തുടങ്ങീടട്ടെ.

25. ഭ്രൂണഹത്യ

അമ്മതന്നുദരത്തിൽ മൊട്ടിട്ട
പൂങ്കുരുന്നാമെന്നെ
മാംസകഷ്ണങ്ങളായ്
പുറംതള്ളുന്നതെന്തിന് ?
പുറംലോകം കാണാൻ വെമ്പൽ
കൊള്ളുമെൻ ഉൾതടം കാണാത്തതെന്തേ?
എന്നമ്മതൻ മുഖമൊന്നു കാണാൻ
കൊതിക്കും എൻ മനമറിയാത്തതെന്തേ?
ഏതോ അസുരജന്മത്തിൽ പാപവിത്തായ
ഞാൻ ചെയ്ത കുറ്റമെന്തെന്നെനിക്ക ഞ്ഞീടേണം?
ആദ്യമായ് പ്രപഞ്ചത്തെ കാണാനൊരുങ്ങുമീ
പിഞ്ചുകുഞ്ഞിനെയില്ലാതാക്കും മർത്യാ
ഈ ജന്മവും വരും ജന്മവും
ഈ പൈതലിൻ ശാപമുണ്ടെന്നോർക്കുക നീ

26. കാവലാൾ

അനഘ സുന്ദരമീ സായം സന്ധ്യയിൽ
ഒരു കൊഞ്ചും കാറ്റിൻ തലോടൽ പോലെ
ഞാനെൻ വിരൽ തുമ്പാലൊരു കവിത കുറിക്കാം
രാവും പകലും മാറി മാറി വരുമീ
ജീവിത ദർപ്പണത്തിൽ
നിലനിൽക്കുന്ന ഒരേയൊരു സത്യം
നിഷ്കളങ്ക സ്നേഹം മാത്രം
നിഴൽ വീണ ഈ ജീവിതവീഥിയിൽ
നിൻ ഭാണ്ഡമിറക്കി നീ,
നീതിയുടെ കാവലാളായ് യാത്ര തുടരുക
വൃക്ഷങ്ങൾ വെട്ടിയരിഞ്ഞും,
കാടുകൾ വെട്ടിനിരത്തിയും,
മലകളും, നീരരുവികളും ഇല്ലാതാകുന്നവർക്കെതിരെ
നീയൊരു, നീതിയുടെ കാവലാളാകുക
തെരുവോരങ്ങളിൽ മയങ്ങും
പിഞ്ചു ബാല്യങ്ങളുടെ കവരും
നൈർമ്മല്ല്യത്തിനു നീ കാവലാളാകുക
രാവിൻ നിഴലുകൾ കൂത്താടും
തെരുവോരങ്ങളിൽ പെടും അബലയാം
പെണ്ണാളിനു നീ അമ്മയായ്,
അനുജത്തിയായ് കണ്ട് കാവലാളാകുക
സത്യവും, നീതിയും പുലരുന്നൊരു
കാലത്തിനായ്, പ്രതീക്ഷകൾ കൈവിടാതെ,

ഒന്നും വിദൂരമല്ലന്നറിഞ്ഞു നീ,
ദിനംപ്രതി ഉദയം കൊള്ളുമർക്കനെ കാത്തിരിക്കുക
അനീതി തൻ കറ പുരണ്ട
നീചൻമാർ തൻ നീരാളിപ്പിടുത്തത്തിൽ നിന്നും,
ഭാരതാംബക്ക് നീയൊരു കാവലാളാകുക

27. പ്രളയ മഴ

കണ്ണീർപ്പെയ്ത്തിനാഴം കൂട്ടാൻ
പ്രകൃതിയുടെയോരോരോ വികൃതിഭാവങ്ങൾ
കർക്കിടകമഴ തുലാമഴ,
ഇടവപ്പാതിയങ്ങനെ ഒട്ടനവധി മഴസഞ്ചാരം
മേഘവിസ്പോടനം ചക്രവാതച്ചുഴികൾ
ആഴിക്കടിയിലെ ന്യൂനമർദ്ദംപോലെ
പലപല രൂപഭാവങ്ങൾ!
കണ്ണീർക്കടലിനാഴം കൂട്ടാൻ
മർത്യൻ ചെയ്യും ക്രൂരതകൾ
അവനുതന്നെ സ്വയവിനാശം
തീർക്കുകയാണെന്നറിയില്ല!
ഉരുൾപൊട്ടി ഊഴിക്കടിയിൽ
ശ്വാസം കിട്ടാപ്പിടയും പിഞ്ചുപൈതങ്ങൾ
മൃതിവിൻയാത്രയിലും
തൻകുഞ്ഞിനെ ചേർത്തുപിടിക്കുമമ്മതൻകരങ്ങൾ
പെയ്തിറങ്ങും മാരിതന്നൊഴുക്കിനെ തടയും
കോൺക്രീറ്റ് മതിലുകൾ തീർത്തും
തന്റെ സരിത്താം വഴിയെക്കൊട്ടിയടച്ചതും നീ!
ഗതിയില്ലാതമ്മതൻ മാറിലേക്കാഴ്ന്നും,
ഒടുവിലായമ്മതൻ മാറ് പൊട്ടിപ്പിളർന്ന്
മലകളുടച്ചും, മരങ്ങൾ കടപുഴക്കി
രുദ്രതാളമോടെ അലറിപ്പാഞ്ഞെത്തും
പ്രളയജലത്തിൽ ജീവനായ്

കൈകാലിട്ടടിക്കും ജീവജാലങ്ങൾ
ഒടുവിലവരുടെ ആവാസഭൂമിയെയൊരു
ശവപ്പറമ്പായി മാറ്റുന്നതുമീ കാഴ്ചകളതി ദയനീയം.
കളകളാരവമൊഴുകിയ
ഗിരിജതന്നൊഴുക്കിനെത്തടഞ്ഞതും,
ഭൂമാതാവിനെ ചൂഷണം ചെയ്തു
പ്രകൃതിതൻ മക്കളുടെ ആവാസമില്ലാതാക്കിയതും,
ആർത്തിമൂത്ത് വെട്ടിപ്പിടിച്ചതെല്ലാം
അമ്മയ്ക്ക് സമർപ്പിച്ചതും നീ തന്നെ
ഒടുവിലായമ്മതൻ മാറിലലിഞ്ഞു
ചേർന്നുറങ്ങുന്നതും നീ തന്നെ മർത്യാ

28. വിശപ്പ്

അനാഥരാം മക്കൾ തൻ
മിഴികളിൽക്കാൺമൂ
വിശപ്പിൻ മുറവിളി
ഒരുപിടി അന്നത്തിനായ്
തമ്മിൽ തലതല്ലുന്നു
തെരുവിൻ മക്കൾ.
പശിയകറ്റാൻ
ഒട്ടിയ വയറിന്മേൽ താളംപ്പിടിക്കുമ്പോൾ
കൺകളിൽ കാണുന്നു
വിശപ്പിൻ ദീനഭാവം.
അമ്മതന്നൊട്ടിയ മാറിലെനീരൂറ്റും
പിഞ്ചു പൈതലിൻ മിഴികളിൽ
കാണുന്നതും പശിയുടെ അശ്രുകണങ്ങൾ.
ഒരുവറ്റു കളയുമ്പോൾ നമ്മളറിയാതെ പോകല്ലേ
വിശപ്പിൻ അഗ്നിച്ചിറകിൽപ്പാറിനടക്കും
മനുഷ്യജന്മങ്ങളെ.
കത്തുന്ന വയറിന്നാളൽ മാറ്റാൻ
ഒരുപിടിയന്നമെടുത്ത് രക്തസാക്ഷിയായതും
ഭാരതാംബയുടെ യീ മണ്ണിൽത്തന്നെയെന്നസത്യം
നമ്മളതറിയാതെ പോകരുത്.
ആർഭാടങ്ങളിലന്നം കളയുമ്പോളോർക്കണം നമ്മൾ,
ഒരു നേരഭക്ഷണം കിട്ടാതലയുന്ന
കോടിമക്കൾ ഈ ഭൂമിയിൽ വാഴുന്നു.

വിശക്കുന്ന വയറിനു ഒരുപിടിച്ചോറ്
മനുഷ്യനായാലും, മിണ്ടാപ്രാണികൾക്കായാലും
നമ്മൾ കൊടുക്കുന്നതുമൊരു മഹാപുണ്യം.
വിശപ്പിനോളം വലിയവികാരമീ
പ്രപഞ്ചത്തിലില്ലെന്ന സത്യമറിയണം നമ്മൾ.

29. ബന്ധനം

കാലങ്ങളായെൻ മനസ്സിനെ ചുറ്റിയ
നിരാശതൻ സർപ്പം ചുറ്റഴിഞ്ഞു
എങ്കിലുമെൻ സിരകളിൽ പടർന്ന
വിഷാദമാളിപ്പടർന്നു
അന്ധകാരത്താൽ മൂടിയ മനസ്സിൽ
ക്ഷണപ്രഭ പോലെ ഞാനറിഞ്ഞു
ബന്ധനത്തിൻ കുരുക്കിൽപ്പെട്ടയെൻമനം
ചരട്പൊട്ടിയ പട്ടം കണക്കെ പാറുന്നിതാ
ജീവിതവനിയിൽ
യെന്നിലെ നന്മകൾ വിട്ടൊഴിഞ്ഞു
ചിത്തത്തിലഗ്നി
ഉന്മാദഭാവത്തിലാളിപ്പടരുന്നു
രൗദ്രഭാവംപൂണ്ട മിഴികളിൽ
പകയുടെ ചെങ്കനൽ തീയെരിഞ്ഞു
അരികിൽ വരുന്നോരോ ജീവ കണങ്ങളെ
നിഷ്ക്കരുണമായ്
ആട്ടിയകറ്റി ഞാൻ
ഋതുക്കളേറെ കടന്നുപോയി
ഇപ്പോഴെൻ മിഴികളിൽ
ആർദ്രഭാവം
സിരകളിലോ സ്നേഹപ്രവാഹം!
ഇന്നേകയായി
അന്ധകാരത്തിൻ മറവിൽ

കഴിഞ്ഞതോർത്തു തേങ്ങീടുന്നു
കാലങ്ങളായെൻ സിരകളിൽ പടർന്ന
നിരാശയെന്നിൽ വിട്ടൊഴിഞ്ഞു
ഇന്നെൻ മനവും ദേഹിയും ശാന്തം

30. മലയാളം

സഹ്യന്റെമാറിൽ തലചായ്ച്ചുറങ്ങും
മലയാളനാടേ എൻ പ്രിയനാടേ
മലയാളമെന്നാലമ്മയല്ലോ
ഒരുനാളും വറ്റാത്ത നന്മയല്ലോ
നമ്മൾ പിറന്നൊരു മണ്ണല്ലയോ
മലയാള മണ്ണൊരു പുണ്യമല്ലോ
മലയാളത്തിൻ മഹത്വമേറെ പാടിയ,
തുഞ്ചൻ പറമ്പിലെ കിളിമകളെ
കേരം തിങ്ങും കേരളനാടിന്റെ,
അഭിമാനമാമെന്റെ മലയാളമേ
കളകളമൊഴുകും പുഴകളും, മലകളും
ഹരിതാഭമാർന്നോരാ വയലേലകളും
വെള്ളിയരഞ്ഞാൺ പോൽ ചുറ്റിക്കിടക്കും
പെരിയാറും നിൻ മക്കളല്ലോ
നിന്റെ മണ്ണിൽ പിറക്കാൻ കഴിഞ്ഞതിൽ,
അഭിമാനപൂരിതമന്തരംഗം
മലയാളത്തിൻ മഹത്വങ്ങൾ വാഴ്ത്താൻ,
വാക്കുകൾ തികയില്ലൊരു നാളും
പല വർണ്ണത്തിൽ തിളങ്ങിനില്കും,
മാമലനാടേ മലനാടേ
സാഹിത്യത്തിൽ പല ഭാവത്തിൽ,
നിറഞ്ഞു നില്കും പ്രിയ മലയാളം....
പണ്ട് മഹാന്മാർ കൊഞ്ചിച്ചുവളർത്തിയ

മധുരം നിറഞ്ഞൊരു മലയാളം
മാധുര്യമേറുന്ന മലയാളം
മലയാളിയായതെന്നഭിമാനം.

31. അറിയാതെ

മഞ്ജിമാതിങ്ങുമാ സുന്ദരക്കാഴ്ചകൾ
അഞ്ജിതമോലും കുളിരായ് നിൽക്കും
കുത്തിയൊഴുകുന്ന നീർച്ചോല ചന്തവും
പൊൻതോണി തുഴയുമീ കാഴ്ചകളും
നീല ജലാശയ ഛായയിൽ കാണുമീ
മാമരച്ചില്ലതൻ ചുംബനങ്ങൾ
ചിത്രച്ചിറകുള്ള വർണ്ണങ്ങളെൻ മനം
തുമ്പികൾ തുള്ളുമ്പോൾ ഒളിച്ചിതറും
ഓളപ്പരപ്പിൽ നീങ്ങിടുന്ന വള്ളവും
തുഴയുടെ താളം ലയിച്ചു പോകും

32. ഓർമ്മകൾ

പൊട്ടിയടർന്ന കുമ്മായ പുകച്ചുമരുകൾക്കേറെ
മൊഴിയുവാനുണ്ട് നെടുവീർപ്പിന്റെ, മോഹഭംഗങ്ങളുടെ,
നഷ്ടസ്വപ്നങ്ങളുടെയും കഥകളേറെ.
പടിഞ്ഞാറ്റേ മുറിയിലെത്തും കുളിരുള്ള
കാറ്റിനും പറയാനുണ്ടാകും
ഗതകാല സ്മരണകളുറങ്ങും
ഏറേ കഥകൾ.
തട്ടിൻ പുറത്തിരിക്കുന്ന ക്ലാവ് പിടിച്ച
ഓട്ടു ഗ്ലാസിനും പറയാനുണ്ട്,
ഏറെ പേരുടെ ചുംബനങ്ങളേറ്റുവാങ്ങിയ കഥകൾ.
അടുക്കളച്ചായ്പ്പിലെ വക്ക് ചളുങ്ങിയ
കഞ്ഞിക്കലത്തിന് ഏറെ പറയാനുണ്ടാകും
കണ്ണീരിന്റെയും, നൊമ്പരത്തിന്റെയും,
അതിജീവനത്തിന്റെയും കഥകൾ
പാഴ്ക്കൂട്ടത്തിനിടയിൽ ഇന്നലെയുടെ
നല്ലോർമ്മകളുമായിരിക്കും നിറം മങ്ങിയ
ഓട്ടു കിണ്ടിക്കും പറയാനുണ്ട്
ഒത്തിരിപ്പേരെയാദരിച്ച് സ്വീകരിച്ച വിശേഷങ്ങൾ
അനാഥപ്രേതംപോലെ
ചുമരിൽ ചാരിയിരിക്കും, ചാരു കസേരക്കും
പറയുവാനുണ്ട് രാജകീയമോടെ ജീവിച്ച
ആ നല്ല നാളുകൾ.
കല്ലിളകി പായൽ പിടിച്ച കിണറ്റിങ്കരയിലെ

തുരുമ്പിച്ച ബക്കറ്റിനും, കപ്പിക്കും പറയാനുണ്ട്,
ഒത്തിരിപ്പേരുടെ ദാഹം തീർത്ത
മധുരമുള്ള ഓർമ്മകൾ.
ഉമ്മറത്തിണ്ണയിലെ പൊട്ടിയടർന്ന
പടിക്കെട്ടുകൾക്കും പറയുവാനേറെയുണ്ടാകാം,
സൗഹൃദങ്ങൾ പരസ്പരം പങ്കിട്ട സുഖദുഃഖങ്ങൾ.
നിറംമങ്ങിയ ചുമരിന്മേൽ
അവ്യക്തമായി കാണും കൈയ്പ്പാടുകൾക്കും
പറയാനുണ്ടാകും ഒത്തിരിയൊത്തിരി
പറഞ്ഞാലും തീരാവിശേഷങ്ങൾ
അടുക്കളപ്പുറത്ത് അനാഥമായ്ക്കിടക്കും
അമ്മിക്കും, ഉരലിനും, ആട്ടുകല്ലിനും
പറയാനുണ്ട് വിയർപ്പിന്റെയും,
കിതപ്പിന്റെയും കഥകൾ.

33. ഇന്നിന്റ പ്രണയം

പെണ്ണേ അറിയുക
ചോര മണക്കുന്ന പ്രണയം
മാത്രമാണിന്നെന്നിലറിയുക നീ
പ്രണയാതുരനായവന്റെ മനസ്സിന്നുൾത്തട-
നിഗൂഢഭാവമറിയാതെ പോകാതിരിക്കുക
ഒരുമുഴം കയറിലും
പെട്രോളിലും തോക്കിൻ മുന്നിലും
തീരാത്ത ജീവനാകുക
പിറന്ന നാൾതൊട്ടു
വളർത്തി വലുതാക്കിയോർ
മാതാപിതാക്കൾക്കവെർക്കായ്
നാട്ടുഗുണത്തിനായ് ജീവിക്കുക
ഒരു പ്രണയത്തിൽ
മംഗല്യത്തിൽ ഒടുങ്ങാതിരിക്കുക
വൺഡേ ട്രിപ്പിൽ പാർട്ടികളിൽ
ഒതുങ്ങും പ്രണയത്തിനുണ്ടോ നീളം
അവനവതാളത്തിനൊത്തു നിന്നില്ലെങ്കിൽ
കാണാം ആളവരിലെ യഥാർത്ഥ മുഖം
തനിക്കു കിട്ടാ പ്രണയം മറ്റാർക്കു കൊടുത്തിടാൻ
പിന്നെ വാശിയായ് വൈരാഗ്യമായ്
ജീവനെടുക്കും ഭ്രാന്തൻ ചിന്തയായ്
ഇന്നലെ പ്രണയം നിഷ്കളങ്കമൊരു നീളും താടി,
നിരാശ കാമുക ഭാവം മിഴികളിൽ നിർമ്മലം സ്നേഹം.

34. യാത്രകളിൽ

യാത്രകളിലായ്ക്കാണും
ചില കാഴ്ചകളെന്നുള്ളിൽ
ചിലയോർമ്മയുടെ ഗന്ധങ്ങൾ
ഞാൻ പോലുമറിയാതെൻ
മിഴികൾ നനവ് പടർന്നിരുന്നു
കൊയ്ത്തുകഴിഞ്ഞ പാടങ്ങളിൽ
നെല്മണികൾ കൊത്തും തത്തകളെ കാണുമ്പോൾ
എന്തെന്നറിയില്ല നെഞ്ചിനുള്ളിൽ
വല്ലാത്തൊരുന്മാദം കുട്ടിക്കൂട്ടങ്ങൾ
പാടത്തോടിക്കളിക്കുമ്പോൾ
മധുരബാല്യമെൻ ചിത്തത്തിലോർത്തു
പിന്നിലേക്കോടിമറയുമീ ,കാഴ്ച്ചകളെന്നിലെ
ഗൃഹാതുരത്വത്തെ തൊട്ടുണർത്തി
കുട്ടികൾ കാൽപ്പന്തു തട്ടുമ്പോൾ,
തോൽപന്തുരുട്ടിക്കളിച്ച സുന്ദരബാല്യമെൻ
മനതാരിൽ വാനിലായ് മഴവില്ല് കാണുമ്പോൾ,
പീലിവിടർത്തിയാടും മയിലിനെപ്പോൽ
കവുങ്ങിൻത്തോട്ടത്തിനിടയിലായ്ക്കാണും
പുൽമേഞ്ഞ കുടിലുകൾ
കൂട്ടിയ കരിയിലകൾ കത്തുന്ന
പുകച്ചുരുളുകളെല്ലാം
മനോഹരമാം ദൃശ്യങ്ങൾ!!
വീണ്ടുമാക്കാഴ്ച്ചകൾക്കായ്മിഴികൾ

കൊതിയോടെ പിന്നിലേക്ക് പായുമ്പോൾ
മിഴിനീർക്കണങ്ങളെൻ കാഴ്ചയെ മറച്ചീടുന്നു
ഓരോ യാത്രയിലും
മധുരമുള്ളോർമ്മകളെല്ലാം മയിൽപ്പീലിപോലെ
ഈ കാഴ്ചകളെല്ലാമെൻ
മനോഹരമാം ഗ്രാമത്തിലെന്ന
യൊന്നുകൂടിയെത്തിക്കുമെന്ന് നിശ്ചയം
ഇനിയുമൊരു യാത്രക്കായി
കൊതിയോടെ കാത്തിരിപ്പു ഞാൻ

35. യുദ്ധം

കൺകളിലശ്രുനിറയുമീ ചിത്രമെൻ
ചിത്തത്തിൽ നൊമ്പരമായ്പ്പിടയവേ,
യുദ്ധമെന്തതെന്നറിയാത്ത,
ലോകമെന്തെന്നറിയാത്ത,
ജീവിതമെന്തെന്നറിയാ പൈതങ്ങളോടെന്തിനീ
പരാക്രമം മനുജാ ?
തീതുപ്പും തോക്കുമായ് പായും
വേട്ടനായ്ക്കു മുന്നിൽ
പേടിച്ചരണ്ടു പാത്തു നില്ക്കുമീ പിഞ്ചുമക്കൾ
തോക്കിൽനിന്നുയരുമൊച്ചയിൽ
മിഴികളിൽ നിറയും ഭീതിതൻ നിഴലുകൾ
നിനക്കുമില്ലേ വീട്ടിൽ പിഞ്ചു പൈതങ്ങൾ??
അനേകജീവജാലങ്ങളുടെ പ്രാണനെടുക്കുമീ
കൂട്ടക്കൊലകൊണ്ടെന്തു നേടാൻ?
പ്രാണനായ് നെട്ടോട്ടമോടും
പിഞ്ചുപൈതങ്ങളും, ജന്തുജാലങ്ങളും!
കഷ്ടപ്പെട്ടുനേടിയതെല്ലാം ഇട്ടെറിഞ്ഞ്
പാലായനം ചെയ്യുമീ കാഴ്ചകൾ അതിദയനീയം
സമാധാനചർച്ചകളിൽ
തീരുന്നതെല്ലാമിന്ന്
ചോരചിന്തി കത്തിപ്പടരുന്ന
കാഴ്ചകളായ് മാറുന്നു!!
മനുഷ്യത്വമില്ലാ ക്രൂരതകൾ കാൺകേ

നിസ്സഹായരായ നമുക്ക് മുന്നിൽ
മരവിച്ച ഭൂമാതാവും
നിശ്ചലമാകുമീ പ്രപഞ്ചവും സത്യവും

• 49 •

36. പ്രതീക്ഷ

നിൻ കരങ്ങളാലേകിയ
ചെമ്പനിനീർപ്പുഷ്പം
ഞാനെൻ ഹൃദയച്ചെപ്പിൽ
വാടാതെ സൂക്ഷിച്ചീടാം
നീതന്ന പ്രണയവും കരുതലുമൊരിക്കലുമെന്നിൽ
നിന്നും മായ്യതില്ല
ഹൃത്താം പൂവാടിയിൽ
വിരിയുമോരോ പനിനീർദളങ്ങളും
നമ്മൾ തൻ പ്രണയത്തിൻ പ്രതീകമല്ലോ
കല്പാന്തകാലത്തോളമാ പ്രണയം
പൂത്തുലഞ്ഞു ജീവിതവനിയിൽ
സൗരഭ്യംപടർത്തീടട്ടെ
രാവിൻ മാറിൽ ജാലകത്തിലൂടെ
ദൂരേക്ക് മിഴികൾ പായിച്ചു
നിൻ വരവിനായ് കാത്തിരിന്നു
നിന്നോർമ്മകളിലെലിഞ്ഞെല്ലാം
മറന്ന് നിൽക്കുമ്പോൾ,
വിരഹാർദ്രമാം നീറുമെന്നുൾത്തടം
നീയറിഞ്ഞുവോ സഖേ...?
നീയെനിക്കേകിയ പ്രണയകുസുമങ്ങൾ
വിരഹതാപത്താൽ
വാടിത്തളരുന്നു...
നിൻ വരവിനായ് വിരഹർദ്രയാം

ഭക്തമീരയെപ്പോൽ
പ്രതീക്ഷയുടെ പൊൻകിരണങ്ങൾ
എൻ ചിത്തത്തിൽ ആനന്ദനടനം തുടങ്ങീടുന്നു.

37. യുദ്ധത്തിന്റെ ബാക്കി പത്രം

യുദ്ധത്തിൻ ബാക്കി പത്രമാം
നൊമ്പരപ്പെടുത്തുമാ കാഴ്ചകൾ
ചിതറിത്തെറിച്ച മാംസകഷ്ണങ്ങൾ
കൊത്തും ശവംതീനി കഴുകന്മാർ
ഒരിറ്റു പ്രാണൻമിച്ചമായ്,
കൈകാലുകളില്ലാതെ മണ്ണിൽ
പൂണ്ടുകിടക്കും യോദ്ധാക്കളും
ജീവനർപ്പിച്ചവരോ കത്തിക്കരിഞ്ഞെങ്ങിങ്ങായ്
മനുഷ്യമാംസം കത്തിയുരുകി
മനം മടുപ്പിക്കുമാ രൂക്ഷഗന്ധമാകെ
ഉറ്റവരെ കാണാതെ അലറിവിളിച്ചു
കരയും പിഞ്ചു പൈതങ്ങൾ,
തൻ മക്കളെ കാണാതെ
മാറത്തടിച്ചുകരയും മാതാപിതാക്കളും
ഈ യുദ്ധം കൊണ്ടെന്തുനേടി?
പരസ്പരം കെട്ടിപ്പിടിച്ചു
കരയും സുഹൃത്തുക്കൾ
ഈ യുദ്ധം കൊണ്ടെന്തുനേടി?
ഇനിയൊരു യുദ്ധംനമുക്ക്
വേണ്ടെന്നു വെച്ചാലും
രാഷ്ട്രങ്ങൾ തമ്മിലുള്ള പോർവിളിക്കന്ത്യം വരെയും,
യുദ്ധം ഭൂമിയിൽ തുടർക്കാഴ്ച്ചയാകും.

38. അകലെ

അങ്ങകലെ ആശകൾ പൂർത്തിയാവാതെ
നിരാശകൾ നിറയുമ്പോഴും
മനസ്സിൽ ഉറ്റവരെ
ക്കുറിച്ചുള്ള വ്യഥയും പേറി നിറകണ്ണുമായി
ആലംബം തിരയുന്നു
പകൽ കിനാവിന്റെ തോണിയിലേറി
സ്വപ്നതീരത്തിലണഞ്ഞ ഞാൻ
ഭൂതകാലത്തിൻ കെട്ടൊന്നഴിച്ചു
ഞാനെൻനഷ്ട്ടങ്ങളെല്ലാം വാരിയടുക്കി
നെഞ്ചോടുചേർത്തു
പുതിയൊരു മോഹത്തിൻ
വർണ്ണങ്ങൾ വെറുതെ നിറയുവാൻ
ഒരു കിനാവല നെയ്യുന്നു
കനവുകളിൽ മെല്ലെ അലിയുമ്പോൾ
എൻ ഹൃത്തടം അറിയാതെ ഉലയുന്നു

39. ഭ്രാന്ത്

ചെമ്പരത്തിയുടെ സ്വപ്നം
പേറും എൻ മനസ്സിനെ
ഉന്മാദിയെന്നു ചൊല്ലി
തളച്ചിട്ടതെന്തെന്നു
അഴലിന്റെ മൗനത്തിൽ
അലയുമെൻ നിശ്വാസം തിരയുന്നു
വിരിഞ്ഞു തീരാത്ത മോഹത്തിൻ
പാദങ്ങൾ ചങ്ങലക്കിട്ടു പോയിട്ടും
തടവിൽ കിടക്കുമെൻ
മൂകമാം കിനാവുകൾ
സ്വതന്ത്രമാവാൻ കൊതിക്കുന്നു

40. പ്രവാസ ജീവിതം

പിറന്ന നാടും മണ്ണുംവിട്ട്
മക്കൾക്കൊപ്പം പടിയിറങ്ങുമ്പോൾ
പുറകോട്ട് മിഴികൾ പായവേ
വിയർപ്പൊഴുക്കിയ വീടും,നട്ടു നനച്ചു
പൈതങ്ങളെപ്പോലെ വളർത്തിയ ചെടികളും
നിശബ്ദതയോടു യാത്ര മംഗളങ്ങൾ ചൊല്ലി
ഇനിയെന്നു വരുമെന്നറിയാത്ത യാത്ര
പ്രവാസജീവിതത്തിലേക്കിറങ്ങും
നിസ്സഹായരായ മാതാപിതാക്കൾ
അവരുടെ തേങ്ങുംമനം ആരറിയാൻ
കോൺക്രീറ്റ് കാടുകൾക്കുള്ളിൽ ശീതീകരിച്ച
നാലുചുവരുകൾക്കുള്ളിൽ ഒതുങ്ങാൻ
വിധിക്കപ്പെട്ട ജന്മങ്ങൾ...
മക്കളുടെ ആർഭാടജീവിതത്തിനായി
കൂടെയിറങ്ങുമ്പോൾ നഷ്ടപ്പെടുന്നത്
ചന്ദന സുഗന്ധമുള്ള കുളിരുള്ള
സന്ധ്യകളും പുലരികളും
സന്ധ്യകളിൽ തോഴരൊപ്പം കുശലം പറയും
അമ്പലപ്പറമ്പും ആൽത്തറകളും ഓർമ്മകൾ
മണലാരണ്യത്തിലെ ചുട്ടുപഴുത്ത മണലിലെ
ഈന്തപ്പനകൾ കാണുമ്പോൾ
വെള്ളമൊഴിച്ചു നനച്ചു വളർത്തി
കായ്ഫലം തരും തങ്ങളുടെ തെങ്ങും

കവുങ്ങുകളും ഓർമ്മകളിൽ
ഉതിർന്നു വീഴും അടക്കകൾ പെറുക്കിയും
ചെടികളോടും കുശലം പറയുന്നതെല്ലാം
സുഖമുള്ള ഓർമ്മകൾ
ചതുരപ്പെട്ടിക്കുള്ളിലെ കാഴ്ചകൾ
കണ്ടു മടുത്തീടുമ്പോൾ,
സന്ധ്യാദീപം കൊളുത്തി
അന്തിക്ക് ചാരുവടിയിലിരുന്നു
പുറത്തേക്ക് മിഴികൾ നട്ടിരിക്കാനെന്തു സുഖം
അറിയാതെ മിഴികൾ നിറഞ്ഞു തുളുമ്പുമ്പോൾ
ഇനിയുമെത്രയോ നാളുകൾ താണ്ടണം
മടുപ്പിക്കുമീ പ്രവാസ ജീവിതത്തിനന്ത്യം കിട്ടുവാൻ

41. അമ്മ

അമ്മതൻ മാറിലെ അമൃതൂറ്റി
വളർന്നോരാ ഉണ്ണിക്ക്,
അമ്മയിന്നേരേ വൈരിയായ്,
ചിറകുമുളച്ചു പറക്കും വരെയും
ഉണ്ണിക്ക് അമ്മയെ ഏറെയിഷ്ടം
അമ്മതൻ വാത്സല്യചിറകിന്റെ
ചൂടിനാലുണ്ണിവളരുന്നു നാൾക്കു നാളിൽ
എങ്കിലുമമ്മക്ക് തൻ മകനെന്നും പൈതലായ്,
ദീനമായ് തന്നുണ്ണി കരയും
നാൾകളിലുറങ്ങാതെ കാവലിരുന്ന നാൾകൾ,
ഉയരേവളർന്നു വലുതാകുമുണ്ണിയെ
ഏറെ കൗതുകമോടെ നോക്കിയമ്മ,
തൻകാര്യം നോക്കാൻ പ്രാപ്തനാം പുത്രന്
അമ്മയിന്നേരേ ശല്യമായും,
പുത്രന്റെയീമാറ്റം കണ്ടമ്പരന്നില്ലമ്മ,
പാരിലായെന്നും കാണുമീക്കാഴ്ച്ചകൾ
അമ്മ മനസ്സിൽ നോവും ചിത്രങ്ങളായ്...